சங்கமித்த அலைகள்

சபீனா பகுருதீன்

aelay
publish

நூல் விவரக்குறிப்பு

நூல் தலைப்பு	: சங்கமித்த அலைகள்
ஆசிரியர்	: ம. சபீனா பகுருதீன்
மொழி	: தமிழ்
பொருள்	: புதுக்கவிதை
முதற்பதிப்பு	: 26 ஜனவரி 2021
உரிமை	: ஆசிரியருக்கு

இரண்டாம் பதிப்பு : ஜூலை 2022
பதிப்பகம் : ஏலே பதிப்பகம்
பக்கங்கள் : 116
விலை : 160

பதிப்புரை

எழுத்தாளர் சபீனா பகுருதீன், சபீ அவர்கள் அவர்களுடைய வாழ்க்கை முறையை மிக எளிமையோடும் கருணையோடும், பிறருக்கு உதவும் எண்ணத்தோடுமே வாழ்ந்து வருகிறார், அவரின் தன்னலம் இல்லாத பேச்சுக்கள், பல நேரம் மௌனங்கள், அவரின் தனிமை நேரங்களை மிகவும் பிறருக்கு பயனுள்ளதாக ஆக்க விரும்புபவர், தன்னை சுற்றி இருக்கும் உறவினர், நண்பர்களுக்கு நல்ல விடயங்களையும் சிந்தனைகளையும் தனக்கு அறிந்தவற்றை மிக அழகிய முறையில் அவரது பேச்சாலும், எழுத்தாலும் எடுத்துரைப்பவர், அடுத்த தலைமுறைக்கும் எடுத்துரைக்கும் முயற்சியே அவரது எழுத்துப்பணியை தொடர்ந்து கொண்டிருக்கிறார்,

அவர் எழுதிய நூல் மௌன மொழிகள் கவிதை தொகுப்பு, பெண் விடுதலை என்ற நூல் கட்டுரை வடிவிலும் எழுதியுள்ளார், பெண் விடுதலை என்ற நூல் அவருடைய கிராமத்தில் நல்ல வரவேற்பை தந்தது, சபீ அவர்களின் அடுத்த நூல் சங்கமித்த அலைகள் கவிதைகள் தொகுப்பு , அவர் எழுதிய மரபு கவிதைகளிலும், கட்டுரைகளிலும், நல்லுபதேசங்களை

யும், வாழ்க்கைக்கான நல்வழிகளையுமே இறைவன் அருளால் எழுதியுள்ளார்,

அவருடைய இந்த சங்கமித்த அலைகள் நூலை எங்களுடைய ஏலே பதிப்பகத்தில் பிரசுரக்கப்பட்டது.

தமிழ் மக்கள் தொடர்ந்து கொடுக்கும் ஆதரவுகள் தான் இத்தகைய அரும்பெரும் வழிகாட்டும் நூல்களை எங்களால் வெளியிட முடிகிறது.

இந்நூலை வெளியிடுவதில் ஏலே பதிப்பகம் பெருமை கொள்கிறது.

ஏலே பதிப்பகம்

முன்னுரை

சங்கமித்த அலைகள் என்பது சந்திரனும் சூரியனும் சங்கமிக்கும் மேற்பரப்பு எல்லை, மனிதர்களின் கனவுகளும், ஆசைகளும், அலைகளாய் அடித்துக் கொண்டிருக்கும் போதுதான், ஓரிடத்தில் நனவாகும் போது சங்கமித்த அலைகள் ஆகிறது, பல கனவுகளை சுமக்கும் மனிதர்களின் மனதில் எத்தனை எதிர்ப்புகள், எத்தனை எதிர்பார்ப்புகள், எத்தனை போராட்டங்கள், எத்தனை கசப்பான நினைவுகள், காலம் தெரியா எத்தனை கண்ணீர்கள், இவைகளையெல்லாம் கடல் கடந்து விட்டாலும் நமது மனதில் ஏதோ ஒரு மூலைமுடுக்குகளில் இருளில் அலைகளாய் அடித்துக் கொண்டிருக்கிறது, அலைகளின் நுரை போல் மனிதனின் மனதால் புறந்தள்ளிவிட்டு, அந்த விண்ணுலகில் மின்னும் மின்மினியை போல் வெளிச்சத்தின்பால் தன்னம்பிக்கை துணிச்சல், நேர்மை, சுயமரியாதை, தனித்துவவெற்றி, இவைகளையெல்லாம் காலம் கடந்து செல்லாமல் மனிதனின் மனதால் உணர்வுகளோடு சங்கமிக்கும்

போதும், தடம் பதியும் போதும் சங்கமித்த அலைகள் ஆகிறது, உறுதுணை இல்லா அனைத்து நல்ல மனம் கொண்ட மனிதர்களுக்கெல்லாம் இந்த புத்தகம் உறுதுணையாகவும், தன்னம்பிக்கையையும், ஊக்குவிக்கும் இந்த சங்கமித்த அலைகள், அதுமட்டுமின்றி சிந்திக்கவும், செயல்படவும், நல்ல செயல்களை செய்யவும், ஒவ்வொருவரின் மனதிலும் தடம் பதிந்து சங்கமிக்க போகிறது , இந்த சங்கமித்த அலைகள் என்றும் என்- னெழுத்தோடும் என் - கனவுகள் சங்கமித்தது இன்று.

கவிஞர்.ம.சபீனா பகுருதீன்

அன்பான சகோதரி சபீனா

"அன்று உன் கைகள் தட்டி வாழ்வதையின்றி

இன்று பலர் கைகள் தட்ட வாழ்ந்து காட்டுபவள் நீ"

திருநங்கைகள் பற்றிய உனது வரிகள் காலத்தால் பேசப்பட என் துஆக்கள்.

இறைவன் தந்த பெருங்கருணை தான் நபிகள் நாயகம் (ஸல்) அவர்களை நமக்குத் தந்தது.

அந்த பெருங்கருணையின் துளிகள் உம் கவிதை வரிகளிலும் உணர முடிகிறது. வாழ்கிற வாழ்க்கைக்கும் பேசுகிற பேச்சுக்கும் எழுதுகிற எழுத்துக்கும் வித்தியாசம் இன்றி படைக்கிற படைப்புதான் மனிதர்களில் மாற்றத்தை ஏற்படுத்தும்.

பேச்சும் எழுத்தும் காசுக்காக எனில் மறுமையில் கடினமான வேதனையோடு எழுப்பப்பட்டு விசாரணை உண்டு எனபது நபிமொழி! "என் எழுத்துக்களை நான் காசாக்கவில்லை" என்ற சபீனாவின் இதயக்கருணையை இறைவன் பொருந்திக் கொள்வானாக.... இஸ்லாமிய பெண்கள் படைப்பாளர்களாக "அன்னை ஆயிஷா" போல சிறந்து விளங்கி ஒவ்வொரு வீட்டிலும் அவர்களது பேராற்றலால் நரக நெருப்பால் இருந்து பாதுகாப்பு பெற வேண்டும் என்று எல்லா இடங்களிலும் வலியுறுத்துகிறேன்.

சமூக அக்கறையோடு கூடிய "சங்கமித்த அலைகள்" இறைவனின் கடலில் சங்கமிக்கட்டும். மனித குலத்திற்கு உதவி புரியட்டும்.

தங்கை சபீனாவுக்கு சபரிமாலாவின் வாழ்த்தும் துஆக்களும்!

சமூக ஆசிரியர் - சபரிமாலா

ஆசிரியர் உரை

எல்லா புகழும் இறைவனுக்கே எம்.சபீனா பகுருதீன் சபீ ஒரு எழுத்தாளர், கவிஞர், இணை ஆசிரியராய் பல தொகுப்புகளின் வாயிலாய் அறியப்பட்டவர், மற்றும் அமேசான் தளத்தில் புத்தகங்கள் வெளியிட்டும், கூடுதலாய், அமேசான் கின்டில் ஆகிய பொதுவெளியில் வெளியீட்டாளராயும், தொகுப்பாளராகவும் திகழ்பவர். புதுக்கோட்டை மாவட்டம் அம்மாபட்டினம் கிராமத்தை சேர்ந்த இவர், உலகமே போற்றிடும் மேதை திரு. அப்துல் கலாம் ஐயா அவர்கள் சுவாசித்த அதே காற்றையும் மண்ணையும் தமதாகக்கொண்டவர், அவரது அருகாமை கிராமத்திலேயே வசிக்கும் தனிப்பெருமை கொண்டவர், இவரது பெருங்கனவு தன் எழுத்துக்களின் மூலம் மாற்றங்கள் கோணர்வது, அதுவும் மிகமிக சிறிய வயதிலேயே துவங்கிவிட்டது

இவரது எழுத்துப்பணி. இன்று இவர் பல எல்லைகளைக்கடந்து தனது எழுத்தால் பயணிக்கிறார்.

நேரான பாதையில், வாய்மையின் திறத்தில், இயற்கையின் இருப்பில், இறைவனின் அனுகூலத்தில், உண்மையை உயர்த்திப் பிடிக்கிறார் வரிகளில், உரிமைகளை உரக்கப்பேசுகிறார். இவரது குறிக்கோள் பலதரப்பட்ட தளங்களில் பயணித்து பதிவுகளை நிலைப்பெறச்செய்வதே.

இறை அருளால் எழுதுகோலையே தனதான ஆயுதமாய் கைக்கொள்கிறார் இந்த கவிஞர்.

உள்ளடக்கங்கள்

சங்கமித்த அலைகள்

- கவிஞர்.ம.சபினா பகுருதீன்

பிராத்தனை

இறைவா,

இவ் -உலகில் என் உயிரை ஈண்டேடுத்தாய்!

எமது அன்னையின் கருவிலே

எனக்கான பணியையும் முத்திரையிட்டாய்!

இறைவா,

எமது தாய் தந்தைக்கும்,

எமது உறவினர், நண்பர்களுக்கும்,

இம்மை, மறுமை வாழ்வியலிலும்,

நீண்ட நல்லாசியை அருள்புரிவாயாக,

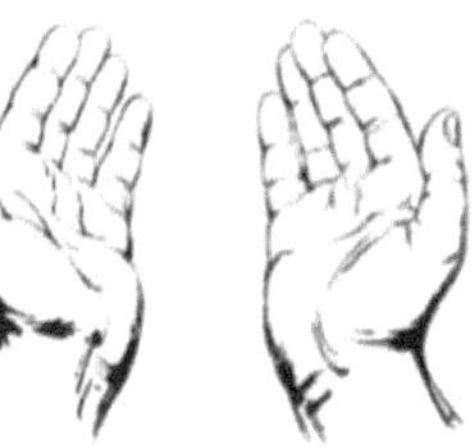

இறைவா,

எம்மை இந்த உலக வாழ்வியலில்

எந்த நோக்கத்திற்காக படைத்தாயோ

அந்த வாழ்வியலில் வெற்றி பெற

நல்லாசி வழங்குவாயாக!

இறைவா,

எம்மால் பிறருக்கு கஷ்டம் நேராமல்,

பக்குவமாய் எடுத்துரைக்கும்

பகுத்தறிவை வளங்கிடுவாயாக!

இறைவா,

யாம் பெற்ற பலனை,

பிறருக்கும் பயனுரச் செய்வாயாக!

இறைவா,

நாடு முழுதும்

அநீதியை அழித்திட்டு,

நீதியை மட்டும் நிலைநாட்டச் செய்வாயாக!

இறைவா,

இம்மையில் மட்டுமில்லாமல்,

மறுமை வாழ்வியலிலும்

எம்மை வெற்றி பெற செய்திட

அருள் புரிவாயாக!

இறைவா,

எல்லா புகழையும்

உனக்கே உரியதாக்குகிறேன்!

இன்றே மற

கனவின்றி

வாழும் வாழ்வை

இன்றே மற...

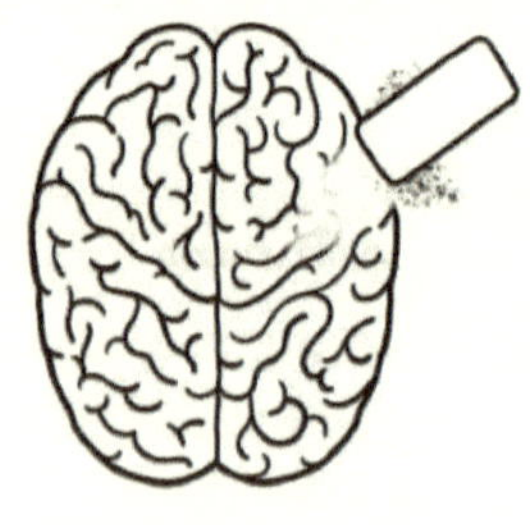

தீயென நாவால்

சுட்டெரிக்கும்

உறவையும்

இன்றே மற....

உனது வெற்றியின்

உச்சத்தை அடையும்

நிலையிலும்

உனது

தற்பெருமையையும் மற.....

தான் மட்டும் என்ற

சொல்லை மற....

மதத்தால் பிரிவினை செய்யும் உன்

மதியை மற....

தோல்விகள் தழுவும் பொழுது

தன்னம்பிக்கை இழக்கும்

உன் நெஞ்சை மற.....

காதல் தோல்வியால்

உன் கண்ணீர் துளிகளை மற....

உன் இலக்கை அடையும் வரை

ஏளனமாய் பார்க்கும் பல விழிகளை மற...

ஞானம் பெற்றிட

இவ்-உலகை மற...

எனக்கென ஒரு நாள் வந்தே தீரும்

ஆகாயம் நம் கரங்களில்

வசப்படும் அந்நாள்,

கனவுகள் நிஜமாகும் அந்-நாள்,

இன்று நிம்மதியற்று

உறக்கம் துளைத்த நமது விழிகள்,

உறக்கம் கலைந்திடா அந்- நாள்,

புதிய விடியலை காண துடிக்கும் நமது விழிகள்,

துரோகம் செய்த பல உறவுகள்,

அவர்கள் விழி அருகே

பல தடைகள் உடைத்தே உயரும்

நமது அந்த நன்-நாள்,

பல காலங்கள், பல காயங்கள்,

பல கண்ணீர் துளிகள்,

பல நாள் காத்திருப்புக்கு பின்னே,

நமக்கென அந்த நாள் வந்தே தீரும்,

நான் சிறகுகள் இல்லா பறவை

அவளின் பிறப்பு பாரத்தை சுமக்க பிறந்தவளா,

இல்லை, கனவுகளை நிஜமாக்க பிறந்தவள் இவளா!

வான் மேகம் பாரம் என்றால்,

மழைத்துளிகள் பூமியின் மேல் இரங்காது!

மின்மினியைய் போல்

மழலையின் கனவின்றி

ஒளி வீசி திரிந்தவள் இவளோ!

இன்று ஒளி இன்றி இருளிலே

சிறகுகள் விரிப்பவளோ!

இவளின் பாதங்கள் மண்ணிலே பட்டதும்

பூவென மலர்ந்தது

ஏனோ!

இவளின் கண்ணிலே பல கனவுகளை சுமந்து

பல வெற்றிகள் பதித்திட

ஓடுபவள் இவளோ,

காயங்கள் தீண்டிடாமல் ரணம் கொண்ட நெஞ்சமே,

அவளின் தைரியமோ!

அவள் துணையின்றி தனியாக தன்னம்பிக்கை

கவி- நடை போடும் கவி சிறகுகள் இவளோ!

சிறகுகள் இல்லா பறவைகள் போல்,

வானில் பறந்திட செய்பவள் இவளோ!

பெண்ணியத்தைக் காக்க பிறந்த

அழகிய பாவை இவளோ!

ஆயுதம் கொண்ட இரு விழிகளால்

தவறுகளை அழித்திட செய்பவள் இவளோ!

இனி இவள் மதி தடை ஏதோ!

இனி இவள் கவியும் தொடருமோ!

இனி இவள் கனவுகள் நிஜமாகும் வரையிலும்!

சிறகுகள் இல்லாமல், சிறகுகலும் விரித்திடுவாளோ,

பல சரித்திரமும் படைத்திடுவாளோ!

ஒப்பனைகளில் வாழ்கிறது

நல்ல சேவை செய்திட ஒப்பனை செய்கிறேன்,

விறுவிறுப்பான உலகில் நம் வேலைகளை

மட்டும் பார்த்து வந்த நாளில்,

சட்டென்று கொரோனாவும் வந்தது சற்றும் கூட

சேவையும் குறையாமல் மனித நேயமும்

சேவைகளில் கூடியது,

பஞ்சத்தால் சாலையோர

சிறு கடைகள் போட்டு பிழைத்து வந்த,

அன்றாட தொழிலாளரின் வயித்து பசியிலும்

கை வைத்தது கொரோனா!

கொரோனாவையும் வென்றது

மனிதநேயத்தின் சேவை!

என்றும் நல்ல உள்ளம் கொண்டோர்,

பேரன்பிலே

ஒப்பனைகளில் சேவைகள் செய்து,

நம் உள்ளங்களிலும்

வாழ்ந்து கொண்டுதானே இருக்கிறார்கள்!

என்றும்

ஒப்பனைகளில் வாழ்பவன் சேவையாலன்.

எல்லோரும் நடிகர்களே

வாழ்க்கை என்னும்

நாடகத்தில் நாம்

எல்லாரும் நடிகர்களே,

பிடிக்காத ஒரு வாழ்க்கை,

அதை பிடித்தது போல் ஒரு நடிப்பு,

மனதிற்குள் ஆயிரம் வலிகளை சுமந்துகொண்டு,

வெளியில் புன்னகைக்க பேசும் நம் இதழ்கள்

அங்கே துவங்கியது நம் நடிப்பு,

நிமிடங்கள் மாறிக்கொண்ட போதும்

நம் வேடங்களும் மாறிக்கொண்டே தான் இருக்கும்,

தன் பசிக்கே உதவிட ஆள் இல்லையென்றாலும்,

அடுத்தவன் பசி அறிந்தும் உதவிடும் பொழுது

நல்ல சேவகனாக ஒரு நடிப்பு,

அம்மாவிடம் மகன் சொல்லும் சிறு பொய்,

அங்கே துவங்கியது அவனது நடிப்பு.

காதலன் தன் காதலியிடம்

சிறு சண்டைகள் போட்டுவிட்டு,

அவளை சமாதானம் செய்வதற்காக

அங்கே துவங்கியது அவனது நடிப்பு,

இப்படி சொல்லிக்கொண்டே போகலாம்,

நாம் அன்றாட வாழ்வையே பல வேடங்களில்,

நடித்துக்கொண்டுதான் இருக்கின்றோம்,

நல்ல நடிகர்களாக,

எம்மை வீழ்த்த முடியாது

வீழ்வேன் என்று நினைத்தாயா,

விழ மாட்டேன்,

உன்னை வீழ்த்தவே பிறந்தேன் மனிதியாக,

எனது தாயின் கருவறையிலேயே

இருட்டு, பயம், தனிமை,

இவையெல்லாம் பார்த்து பழகினவள் நான்,

எம்மை வீழ்த்திவிடும் எண்ணத்தை நிறுத்தி விடு,

இவையெல்லாம் என்னை பார்த்து விரண்டோடவே,

உலகிற்கு வந்தேன் மனிதியாக !

பொய் என்ற உருவில் வந்த உன்னை,

மெய் என்ற உருவில் உன்னை உயித்திடவே

இந்த பூ உலகில், பூவென பிறந்தேன் வளர்ந்தேன்,

என்னை வீழ்த்திவிடும் எண்ணத்தை நிறுத்தி விடு

காற்றைப்போல் நின்றிடாத வேகம் என்னுள்

உள்ளவரை எம்மை வீழ்த்த இயலாது,

என்பதையும் உன் மதி அறிந்திடு!

பெயர்களில் இருக்கிறது

பல சரித்திர கதைகளின் பேசப்படும்

பெயர்களில் இருக்கிறது...

அன்றும், இன்றும், என்றும்,

அழியாமல் பேசப்பட்டுக்கொண்டிருக்கிறது,

உலக வாழ்வியலில்,

அவர்கள் பெற்ற துன்பம்,

யாம் சிறிதளவும் பெற்றலாயின்,

அவர்கள் விட்ட கண்ணீர்,

நாம் சிறிதளவும்

நீந்துதலூக்காயின்,

அவர்கள் செய்த தியாகம்,

நம் வாழ்விற்கு வழி

வகுத்துதலாயின்,

அவர்களின் இலக்கு,

நம் இலக்கிற்கு முன்

மாதிரியாயின்,

அவர்களை போன்று

பல உண்மை சரித்திர கதைகளில்,

நமது பெயரையும் பதித்து,

மனிதநேயமும் உடையாமல்,

முட்டி, மோதி, போராடி,

நாம் வாழ்ந்ததிர்க்கான

நமது பெயரையும்

நமது நற்செயலை கொண்டும்,

நமது இலக்கை கொண்டும்,

நமது பெயரையும் விட்டு செல்வோம்,

நாளைய சரித்திர கதைகளில்

நமது பெயரும் பேசப்பட.....

திருநங்கை

பிறர் காணாத அதிசய பிறவி நீ,

மனிதர்களிடையே தனித்து காணப்படவே,

இறைவனின் சிறு பிழையால் பிறக்கப்பட்டவள் நீ,

தனித்து வாழ்வதற்கு அல்ல,

எதையும் தயங்காமல் செய்பவள் நீ,

அன்று உன் கைகள் தட்டி வாழ்வதையின்றி,

இன்று பலர் கைகள் தட்ட வாழ்ந்து காட்டுபவள் நீ,

வீதியில் உன்னை கண்டு

சிரித்தவர்கள் எல்லாம்,

இன்று உன்னை போற்றும்

அளவிற்கு சாதித்து கொண்டு

இருப்பவர்கள் நீங்கள்.....

காதலை வாழ்த்துவோம்

வான்மேகம் கொண்ட

காதல்,

வானவிலாய் அவளின்

வருகை,

வான்மகளை வாழ்த்தும்

மழைத்துளியே,

மண்ணின்மேல்

கொண்ட காதல்,

பனித்துளியே புல்லின்

மேல் கொண்ட காதல்,

அனல் கொண்ட பகலாய்

இதமாய் தென்றல் வீசும்

இரவின் மேலுள்ள காதல்,

பல ஜாதிகளுக்கே

பாகுபாடுயின்றி

பகுத்தறிவு ஊட்டும்

காதல்,

நாம் யாவரையும் கருவில்

காத்த, நமது அன்னையின்

மேல் கொண்ட அளவில்லா

காதல்,

காதலன் மேல் கொண்ட

காதலால் அவன் கரங்கள்

பிடித்து நடக்கையில்,

நம்பிக்கையூட்டும், ஆவல்

கொண்ட காதலை

வாழ்த்துவோம் .

ஒளியேற்றும் செயல் இது

இருளிலும் பல வர்ண

நிஜங்களின் ஒளிகள்,

ஒளியாய் சுடர் விட்டு

எரிந்துகொண்டுள்ளது,

பல மானிடரின் கனவுகள்

நிஜமாகும் தருணங்களில்,

ஒளியேற்றுகிறது அவர்களது

வாழ்வில்,

கனவு காண்பது

எனவோ இருளில்தான்,

அந்த இருளிலிருந்து

ஒளியின் பக்கம் நிலைநாட்டச்செய்வது,

மனிதனின் தன்னம்பிக்கை

மட்டுமே.

இருளில் ஒளி இல்லா

கனவும்,

கனவுகள் இல்லா

வெற்றியும் இருந்ததுண்டா?

மனித வாழ்வில்,

கனவுகள் யாவும்

மெய்ப்படும் நிமிடம்

ஒளியேற்றுகிறது,

தந்தை

வார்த்தைகள் இல்லை,

வாழ்த்துச் சொல்லி

கவி பாட!

எமது தடல் கொண்ட

காலம்,

வீரியம் விரைந்து,

நடுநிசி அறிந்து!

அன்னையாய் காத்து,

அயலாது உழைத்து,

யாம் யார் என்று

அடையாளம் தந்து!

தாழ்ந்த நிமிடம்,

ஏணியாய் தோல்

கொடுத்து,

எமக்காக மட்டுமே

உயிர் வாழ்ந்து,

எம்மை உயரங்களில்

உயர்த்தி பார்க்கும்,

உன்னத உறவு!

"தந்தை"

பூமியை காத்திடுவோம்

பூமியை காத்திட,

மனித இனமும்

நோயற்ற வாழ்வும்

வாழ்ந்திட,

இயற்கையின் காற்றையும்

நமது உயிர் மூச்சாய்

கொண்டு,

சுவாசங்கள் செய்திட,

பல தலைமுறைகளும்

இன்பம் பெறுகிட,

அழியா இயற்கையை

வளர்த்து விடுவோம்,

பூமியை காத்திடுவோம்,

சேற்றுக்குள் இறங்கி நாற்று

நட்ட காலமின்றி,

இன்று சேற்றை அறியா

நிலை வந்தது,

நம் பிள்ளைகளுக்கும்

அரிசியில் வீசும் மண்

வாசனைகள் இல்லாமல்,

இன்று மருந்தாக மாறியது,

அன்று வயல் நிலங்களில்

நண்பர்களுடன் விளையாடிய காலமின்றி,

இன்று அலைபேசியிலேயே

விளையாட காலம் மாறியது

நமது பிள்ளைகளுக்கும்,

அன்று நாம் தெருக்களில்

விளையாடியபொழுது

சாரை சாரையாக மாட்டு

வண்டிகள் போகையில்,

அதன் பின்னே ஏறி

விளையாடிய காலமின்றி,

இன்று தெருக்களில்

செல்லவே பயம் வந்தது,

வயல் வழியில் வீசும்

காற்றுக்குள்

நெல் கதிர்கள் ஆடிய நடனம்,

புல்வெளியில் தூங்கும்

பனித்துளியின் ஈரம்,

நம் காதோடும் கதை

கதைக்கும் தென்றல் காற்றும்,

நம் கவிகளுக்கும் சொற்கள்

தரும் இயற்கையின் நேசமும்,

அந்த பட்டாம்பூச்சியின்

சிறகின் இசையும்,

அந்த இசையோடும் நாமும்

இயற்கையின் நேசகராக,

பூமியையும் காத்திடுவோம்.

வாழ்வியல் வகுப்பறை

வாழ்வியல் என்ற

வகுப்பறையில்....!

நித்தம் நாம் யாவரும்....!

மழலையே....

ஒவ்வொரு நிமிடமும்...!

புதிது புதியதாய்,

நம் வாழ்வியல் பயணத்தை

கற்று கொண்டே

இருக்கின்றோம்...!

அதில் பலர் உணர்ந்து கொண்டும்

வெற்றி பெறவும் செய்கிறார்கள்...!

இன்னும் சிலர்...!

வாழ்வியல் பயணத்தில்

புரிதல் இல்லா குழப்பங்கள்

கொண்டு தோல்வியற்றவும்

செய்கிறார்கள்....!

மழலை பருவம் கொண்ட

நம் வாழ்வியலில் புரிதல்

மட்டுமே அழகான பயணத்தை

கொண்டு செல்கிறது...!

பல தடைகளை தாண்டியும்

பல துயரம் என்ற பெருமலையையும்

உடைத்தெறிந்து

அழகான

வெற்றி பாதையாக

அமைத்து விடுகிறது.....

நமது வாழ்வியல் வகுப்பறை.......

அன்பென்ற முத்துக்கள்

அன்பென்ற கடலில்

முத்தெடுக்க.....!

வாழ்வென்னும்

ஆழ்கடலில் மூழ்கிச்

சென்று ....!

முத்தெடுக்க முயன்றேன்

எனது பல கால

தவம் இன்றி...!

இன்று முக்தி பெற்று

எழுந்தேன்...

முத்துக்களை முத்தெடுத்தேன்

எனது மதியை...!

பலரின் வாழ்விற்கு

ஊன்றுதலாயும்....!

ஆறுதலாயும்....!

அழியாத ஆகாயத்தில்

அழியாமல் இருக்க ,

மதி சிந்தும் முத்துக்களை

பரணியில் ஏற்றினேன்...

எமது உடலுக்கு மட்டுமே

மரணம் என்றாயினும்...

எமது சிந்தனைக்கு இல்லை

என்றபோதிலும்,

தொடரும் எமது சிந்தை துளிகள்.......

மனதின் ஓரத்தில்

மனதின் ஓரத்தில்

எதோ ஒன்று, ஒவ்வொரு

நாளும் தன்நம்பிக்கையின்

ஊற்றுகள் பெருக்கெடுத்து

கொண்டே இருக்கிறது.....

வெற்றிகள் தழுவும்

பொழுது....

தன்னலம்

இல்லா பெருமிதம்....

எம்மால் பிறருக்கு

பயன் இன்னதென்று

கேட்கை கேளும் பொழுது....

அதுவே யாம் பெற்ற

யாசகம் இல்லா வெற்றி......

போராட தயங்காதீர்கள்

போராட தயங்காதே

தயக்கம் கொண்ட உமது

நெஞ்சை கலம் கொண்டு

கொன்றிடு..!

காலம் யாவும் உமது

கரங்களில் யாதும் தங்காது நிலையிலும்,

மனம் உறுதியோடும்

போராடத் தொடங்கிவிடு....!

காரியத்தில் கால்

பதித்தபின்,

புயல் என்ற காற்றோடும்

புயலாக மாறி

போராடத் தொடங்கிவிடு....!

உமது மதிக்கு மட்டும்

யுத்தங்களிட்டு கலி(யுகம்)

கடக்காதே...!

கலியுகம் கடந்தப்பின்

துயரம் கொள்ளாதே,

நற்செயல் ஒன்றே உமது

பணி என்றால்

போராடத் தயங்காதே

சூழ்ச்சிகள் யாதொரு உருவில் கண்டறிந்தாலும்,

வீழ்ச்சிகள் இல்லா ஜுவாலை கொண்டு

சூறையாடிடு சப்தங்களின்றி...!

தீயவை அகற்றி நன்மையானதை ஏற்றி

வாழ்வியல் மல்யுத்தத்தில்

தீ ஒளியாய் வென்றிடுக...!

களம் இறங்கியவர்களையும்

போற்றிடுக.....!

பெண் சுதந்திரம்

விலங்கிட்டு விடுதலையானார்

நம் முன்னோர்கள்,

குருதிபலியிட்டு பல

சரித்திரங்களில் பெயரிட்டு,

பெண்ணிற்கான சுதந்திரம்

உண்டோர் இன்று?

பல பாவைக்கான

சுதந்திரம் எங்கோ

உண்டோர்?

இச்சை தீர்க்க மட்டும் பிறக்கப்பட்டவளா?

காலங்கள் சென்றாலும்,

பல தடைகள் உடைத்தாலும்,

பல பாவையின் விழிகளின் நீர்

வற்றாத தாடகமாய், அடிமைகளாய்,

சுதந்திரம் இல்லா

பறவையாய்,

உலாவுகின்றன...

பெண் அடிமைத்தனைத்தை

வேரோடு அருத்திடவே

பெண் சுதந்திரம் படைத்திடவே

எமது

தூரிகை கொண்டு

வீரியம் படைத்திடவே

இவ் - வரிகள்....

வெகுதூரமில்லை வந்தடைவேன்

வானிலுள்ள தேவதையை

தொடுவதற்கு வந்தடைவேன்,

வெகுதூரமில்லை எமது பயணம்!

பல சூழ்ச்சிகளையெல்லாம்

முறியடித்துவிட்டு,

முட்டுக்கட்டைகளுக்கெல்லாம்

முற்றுப்புள்ளிவைத்துவிட்டு

முயன்று விடுவேன்!

வானில் வட்டமிட்ட காத்தாடியைப்போல்

முழுநிலவாய் முற்றமிட்டு

முற்றுகையிட்டேன் நுண்ணறிவாள்!

எமது நெஞ்சம் அஞ்சாமை

கண்டு அகன்ற போதிலும்,

பஞ்சமில்லா இப்பூலோகம் உருவாக்கிட,

எமது தஞ்சம் கொண்டு வேண்டுக்கின்றேன்!

பெரிதாய் ஏதுமில்லை

உலகிற்குச் சொல்லும்

நற்சிந்தனை போதும்,

எமது மனதால்,

மாற்றங்கள் யாவும் வேண்டும்.......!

எமது எழுத்துகள் ஒன்றே போதும்....!

பொழுதுகள் போகின்றன,

சிட்டுக்கள் எல்லாம் கீச் கீச் என்று

சிறகடித்துக் கொண்டு

சப்தங்கலின் முழக்கங்கலிட்டு (வி)துயிலெழுப்பி

தன்னலம் இல்லா அவைகளின்

இயற்கை வாழ்வியலில் கற்பதற்கு ஏராளம்.......!

அது போதும் எமது செவிகளுக்கு

இடையூறுகள் வேறெதுமில்லை......!

மரம், செடி, கொடிகளெல்லாம்,

காற்றாலை வீச தொடங்குகிறது,

மனதிற்கும் இதமாய் அது போதும்.....!

பெரிதாய் ஏதும் தேவையில்லை....!

பறந்திருந்த வான்மேகதினுள்,

நிரந்தரமாய் தங்கி கிடக்கிறது........!

முழு நிலவென முழுதாய்,

முத்துக்கலாய், நித்திரையின்றி

தவிக்கும் எமது ஆழ்மனத்திற்கும்

விருந்தாக பரிசளிக்கிறது.....!

நினைவோ நிஜமோ

நினைவின்றி கனவுகள் நிஜங்கள் ஆகாது,

பல வலியின்றி சரித்திரத் தடம் பதியாது,

காணும் உனது கனவையே

நினைவால் உனது தேகம் வலிமையாகும்,

தொடர்ந்து சென்றிடுக,

ஓர் இலை சருகு கீழே விழுந்து உடைத்தலாகாது,

வான் மேல் கொண்ட சூல்கொடை காற்று,

பூமியின் மேல் பொழியும்

மழைத்துளியாய்,

எங்கும் மோதிடு, எதிலும் விழுந்துவிடு,

எளிதாய் கறைந்திடு, ஏழ்மையை

அறிந்திட்டு ஏழ்மை கொண்ட

அகம் யாவருக்கும் அறம் செய்து

பல கரங்களை துடைத்திடு.....!

எனக்குள் வந்த வண்ணங்கள்

எனக்குள் பலாயிரம்

எண்ணங்கள்,

விதையென நெஞ்சத்தில் விதைத்து,

கனாவின் வண்ணங்களாக,

பல மாறுபட்ட நிலை,

நீண்டதொரு யாத்திரையில்,

நிழலாய் நில்லாமல்,

பல நிஜங்களை நிகழ்த்திட,

வேகம் கொண்டு எமது விவேகம் ஈர்வாள் ஈண்டு,

பாவச்செயல் கண்டு,

எமது இர்விழிகள் கொண்டு இயல்பாய்,

இருந்திடுமோ!

அன்னையின் கருவிலே

விதையென எமது சிந்தைத்துளியென்னும்

விதையை நட்டவன் எமதிறைவன்!

அம்புலி

மேற்றளம் ஒன்றில் அம்புலியோடு

அன்னம் பகிர்ந்த அன்னையின் கரங்களுக்கோர்

வேறேதும் ஈடாகுமோ!

அத்தளத்தில் நிலவோடு முன்தொடர்ந்து

யாதுமின்றி நீலபாயின்(மேகம்) கீழிடம் அமர்ந்து,

பாட்டனின் இதிகாச கதைகள் கேட்டு

எழுச்சியடைந்த எமது

உள்ளம் மகிழ்ச்சியில் தொடர்ந்து!

யாதும் அஃதுவே கீறல்கள் பட்ட

நெஞ்சத்தில் அமுதம் போலவே!

இன்றுவரையிலும்

எமது நெஞ்சத்தில் தடம் பதித்தது,

எமது பாட்டன் சொன்ன

பல இதிகாச கதைகள்..!

விழியோரம்

அவளின் விழியோரம்

பல கடிதம் கதை கதைக்க!

அவளின் மௌன

மொழிகளால் மட்டுமே,

இதழ்கள் மூடி

செய்தித்தாள் கொண்டு

தூது விட்டால்

வான்மேகமாய்...!

எம் மனமும் துள்ளல்

போட!

நிஜங்கள் இல்லா

கடிதத்தை களவாடி

எமது கனவிலே

இன்பம் பெற்றேன்!

நான் யாரென்றே

அறியாமல், ஒரு துறவியை போல்!

பாவத்தின் பக்கம்

கிழக்கே தோன்றும்,

சுட்டரிக்கும் சூரியனும்....!

பெருமலைகளும்....!

சுவாசிக்க நேரும் கட்டுக்கடங்கா காற்றும் ....!

இன்றியமையாத ஜுவாலைகளும்....!

நிற்காத அலைகடலும்....!

தீராத மழைத்துளிகளும்...!

ஐந்தறிவுயிர் கொண்ட ஜீவன்களும்....!

சட்டென்று தோன்றும் முழுநிலவும்....!

இராக்காலமும், பகற்காலமும்...!

இவைகள் யாவும்,

இறைவனின் கட்டளையின்றி, இயங்குவதில்லை....!

மாறாக மனிதகுலத்திற்கும் மாறு செய்வதில்லை.....!

ஓ மனிதா....! ஓ மனிதா....!

சட்டென்று உமது சிந்தையை சீர்த்திருத்தம் செய்திடு....

தீச்செயல் பக்கம் உன்னை அழைத்துச் செல்லும் ,

உமது சிந்தையை தீயாலே கொன்றுவிடு....!

அகமும் புறமுமாகிய திணைப்பொருள்களை
(நிலத்தின் பொருள்கள்)

எல்லாம் உமக்கு சொந்தமாகிய

பொருள்களை மட்டுமே நீ கையாளும் உரிமம்

உமது இறைவன் கொடுத்திருக்கிறான் என்று

நீர் அறியவில்லையா....!

இல்லை, உமது இறைவன் கொடுத்துணர்ந்த

சட்டத்தை மறைத்து நீ கையாளுகிறாயா?

மூடச்செயல் செய்பவனை எமது இறைவன்

ஒருபோதும் நேசிக்கவில்லை .....!

அடுத்தவன் பொருளை

அவனிடம் கேளாமல்,

வஞ்சகம் கொல்லும் மானிடா.!

சற்றே எமது இறைவனின் கட்டளையை சற்றும்கூட

தயங்காமல் கீழ்ப்படிய கற்றுக்கொள் ....!

இல்லையேல், தீ குண்டத்திற்கு இரையாவாய்....!!!

இருள் சூழப்பட்ட நேரம்

இளஞ்சிவப்பொன்று கார்மேகம்!

வானுக்குள் நுழைந்திடும் போராட்டகளம்!

இளங் குருவிகளெல்லாம்

கூட்டுக்குள் அடைந்திடும் நேரம்!

கீச் கீச் என்று இசைகள் அமைத்திட!

மனதிற்கு இதமாய்,

இருள் சூழப்பட்ட நேரம்!

தொடக்கத்தில் அழகிய

வெண்ணிலவுவொன்று, முழுதாய்

காட்சிகள் அளித்திட!

இளங் காற்றேல்லாம் எமது தேகத்தை

உரசிவிட்டு போக!

வெண்ணிலவிற்கு காவலாய்,

விண்மீன்கள் சுற்றித் திரிய!

விடாது வாடை காற்றும்!

விழித்திருந்த எமது விழிகளும்!

வெறுமென வெள்ளை

காகிதமும், எமது முன்னே,

விடாது எமது மை கிருக்கல்களும்!

விட்டு விட்டுப் பேயும் அடைமழையும்!

கிழிபட்ட ஒற்றைக் காகிதமும்!

கிளிஞ்சல்களோடே

பல சமுத்திரத்தையும் கடக்குமே!

சிந்தை வழிவழியே

ஓடும் குருதியோடும்!

பாகுபாடின்றி எமது இதயவழியும்

திறந்திடுமே!

குழப்பம் இல்லா

உலகளாவியல் வாழ்வியலில்

வழிப்போக்கர்களை எல்லாம்

ஒன்றிணைந்த கரங்களை உருவாக்கிட!

யாரும் அறியா மொழியே

யாம் யாரென்று

அறியா மழலையிலும்

மௌனம் காத்தோம்!

அன்னையால்

மழலை மொழிகள் கற்க!

யாம் பருவமடைந்த

காலம் மௌனத்தை

காத்தோம்!

ஆசனால் கல்வி

மொழிகள் கற்க!

பருவகாலம் தொடர்கையில்

ஆவல் மழையால்

கள்வனின் மேல் கொண்ட

காதல் சாயலில் விழுந்து,

மௌனம் காத்தோம்!

வாழ்க்கைப்பாடம் கற்க!

தள்ளாடும் வயதில்

தள்ளாடியபடி நாற்காலியில்

அமர்ந்தபடி ,

மௌனம் காத்தோம்!

மரண பாடம் கற்க!

மரணம் வந்தபின்பும்

நிரந்தர நித்திரையோடு மௌனம் காத்தோம்!

சொர்க்கத்தின் வாசலில் நுழைவதற்கு!

வாழ்க்கையில் கற்பதற்கு ஏராளம்,

அதில் சிலர், வாழ்ந்து கற்கிறார்கள்,

இன்னும் சிலர், கற்ற பின் வாழ்கிறார்கள்.....!

ஓர் இலக்கு

இலக்கு தெரியாத போது

ஒளி இல்லா இருளிலும்

வாழ்வியல் நதிக்கரையிலும்

கரை சேராமல் வாழ்ந்தோம்!

ஓர் இலக்கை அடைந்த

பொழுது,

தொடர்கதையென

தொடர்ந்தே சென்றோம்,

அணையா விளக்காய்,

முடியாத வாழ்க்கை பாதைகளாய்,

அழியா சொற்களாய்,

முடிவில்லா மரணமாய்,

சிந்தை வழிவந்த எழுத்துக்களாய்,

எந் திசைகளிலும்

தொடரும்,

புவி ஈர்ப்பு காந்தமாய்!

கவிஞரின் பெயரே எதிரொலிக்கும்!

காற்றின் முனையிலும்

சூறை காற்றாலும்

சுழற்றியடிக்கும்!

பாவச்செயல் கொண்டோரை,

திருத்தாமல், எம் தேகம்

புதைக்கபடலாகாது!

நிலைநிறுத்தும்

மெய்மையை மட்டுமே

எம் எழுத்துக்கள் ஒன்றே !

அழியா ஆயுதமாய் தொடரும்!

போர் முனை

போரினை நிறுத்திடு!

ரத்தங்களற்று பூமியை

படைத்திடல் வேண்டும்!

வெள்ளை புறாக்களை

கொண்டு அமைதி

காத்தல் வேண்டும்!

சட்டமென்று பல மானுடவினம் (மக்களை)

கொன்று குவித்தல் போதும்!

யுத்தங்கள் இல்லா

கடைசி யுகம் வேண்டும்!

சட்டங்களேல்லாம் மக்கள்

ஆட்சியாக மாறிட வேண்டும்!

மனிதம் ஒன்றே என்று
எண்ணம் ஓங்குதல் வேண்டும்!

மதம் என்ற வெறித்தனைத்தை
அடக்கிடல் வேண்டும்!

குலப்பவாதிகளை எல்லாம்
இவ் வையகம் விட்டு
வெளியேற்றிட வேண்டும்!

குடியுரிமை சட்டம் ஒன்று,
என்றும் முலைத்திடாத
வையகம் வேண்டும்!

காற்றையும் காசு கொடுத்து
வாங்கும் தன்மையும் வேண்டாம்!
சுவாசிக்க காற்றுரிக்க வையகம் போதும்!

நச்சுப்பொருளால் காற்றில்

கலக்கும் நாச ஆலையும் வேண்டாம்!

பேராசையின்றி வாழும் வாழ்வியல் ஒன்றே போதும்,

நோயில்லா வாழ்வை வாழ!

காலம் அழியா இயற்கையிலே

மானிடர் யாவும் பயனுறுதல் வேண்டும்!

காமத்தால் மாறும் மிருகங்களையெல்லாம்

அன்றே தலைஅறுத்தல் சட்டம் வேண்டும்!

மழலையின் நெஞ்சம் பயமின்றி அந்நிய

மானிடரோடு உரையாடல் வேண்டும்,

அதுவே என்றும் நிலைத்திட வேண்டும்!

போதும் மனமே நீ பொறுமை கொண்டது!

போதாதென்று அலையும்

பேராசை கொண்ட மனங்களையெல்லாம்!

பொறுமை கொண்டே நீ வென்றிட வேண்டும்!

ஆசான்

ஒரு துளி மையிக்குள்

பல ஆசானின்

வாழ்வியல் வண்ணம் கொண்டு!

ஆசிகள் பல பெற்று

ஆசானின் சொல் கேட்டு!

அறியாமை காலத்தில்

அறியவை உணர்த்தி!

நம்மை பல தளத்தில்

தடம் பதிய வைப்பவர்களே

ஆசான்கள்!

ஏமாற்றம்

வானுலகில் பல விண்மீன் கண்டு !

பல இரவெல்லாம் விழிகள் உறங்க மறுக்க கண்டு!

ஆகாயம் தொடர்ந்து !

எனது தேடலின் முடிவு எங்கே என்று!

தொடு தூரம் தொடர்ந்து!

பல நாள் உவகை துளைத்து!

உறுதுணையில்லா உறவு அருகில் இருந்தும்!

நெஞ்சம் எல்லாம் பல ஏமாற்றம் தொடர்ந்து !

தனிமையிலே காயம்கொண்ட நெஞ்சம் எல்லாம்

கண்ணீரிலே கரைந்து!

தாளாத எமது மனமும் நிறுத்திடாத

எமது விவேகமும் தொடர்ந்து !

ஏமாற்றம் மட்டுமே

சந்தித்த எமது நெஞ்சத்திற்கு

வெற்றி மாலை சூடும் வரை தொடரும்

எமது தேடல் பயணம்!

வீதியோர சலனங்கள்

ஒற்றை இளையோடு

வீதியில் உலா வரும் சலனங்கள்!

முகிலோடும் சிறு மின்னொலியோடும்

சண்டையிடும் காட்சிகள்!

நாணம் கொண்டு நடனம் ஆடும்!

மெல்லிய இலை தளிர்களும்!

இதமாய் செவிகள் வருடும்

பூங்காற்றும்!

ஆளில்லா வீதியில்

மழலையின் ஒற்றை

காதித கப்பல் கரையோரம் வீதிவுலா !

சலனங்கலற்ற மௌனம்

புவி ஈர்ப்பு எல்லாம் நனைந்த ராகம்!

ஒற்றை குடைக்குள் இரு பட்டாம்பூச்சிகள் !

பரிமாறும் இதயங்கள்!

நீண்டதொரு வீதியுலா பயணங்கள் !

முடியாத பேச்சுகளின் சலனங்கள்!

ஒற்றை காகித காப்பளோடே

கரைசேரும் மழை துளிகள்!

மூடுபணி கொண்டு

மூடிடும் ஒற்றை நிலவும்!

மெதுவாக நாணம் கொண்டு மறையும்!

மெல்லமாய் விழித்திடும் கதிரவனும் !

அன்னம் தேடி அலையும் காக்கைகளும்!

ஆனந்தமாய் தொடங்கும்

ஒவ்வொரு நற்காலையும்!

குப்பை

மழலை மனம் மாறாத முகம்!

புத்தகம் சுமக்கும் வயதில்

குப்பைகளை சுமக்கிறாய்!

ஏழ்மையின் பிடியில்

பிடிப்பட்டது எனவோ

உனது கனா!

கனாவை சுமந்தே உனது

காலம் கடக்குமோ!

இல்லை, சில மனித நேயத்தால் பல ஆசிகள் பெற்று

உனது படிப்பின் பட்டத்தையும் பெற்று,

வானுலகில் உனது கனாவை அடைந்து

பட்டங்களோடே பறந்திடுவாயோ!

காத்திரு, உனது கண்களிலே பல கனவுகளை சுமந்து!

காலங்கள் உனக்கு பதில் சொல்லும்!

பல நல்ல உள்ளங்கள் இருக்கும் வரை......!

யா ரஸூல்லல்லாஹ்

யா ரஸூலே!

இறை தூதரென இறைவனிடமிருந்து

வஹி என்னும் நல்வழியை கொண்டு

வந்த இருதித்தூதரே!

உமது மழலை குரல்

கேட்டுக்கும் முன்பே உமது தந்தையாரை இழந்தீரே!

யா ரஸூலே!

உமது மழலை காலத்தில் ஆறாவது வயது

எட்டிப்பார்ப்பதற்கு

முன்னே உமது

அன்னையையும் இழந்தீரே!

யா ரஸூலே!

இறை நம்பிக்கையாளரை

காக்க வந்த காரிருள் முகிலே!

யா ரஸூலே!

பொறுமை என்னும் பொக்கிஷத்தை

வாழ்வியல் முறையில் கற்றுத்தந்த

மா நபியே!

பல இன்னல்களை

கையாண்டு பாடம்

படிக்காமல்

இறைவேதத்தின்

பகுத்தறிவை

எடுத்துரைத்தீரே!

யா ரஸூலே!

பகைமை கொண்ட நெஞ்சங்களையெல்லாம்

உம் பகுத்தறிவாளே வென்றீரே!

எளிமை என்னும் வறுமையிலே

இயலாதவருக்கும் பசி போக்கினீரே!

இறுதிப் போரிலே

அகழ் வெட்டி

யூதர்களையும் வென்று

குவித்த அண்ணல் மா நபியே!

கடும் இடும்பைத் தந்தோரையும்,

கடும் வேதனையை

தந்தோரையும்,

வெற்றியின் சிகரத்தில் வீற்றிருந்த போதிலும்,

அவர்களை மன்னித்த மா நபியே!

யா ரஸூலே!

உங்கள் வாழ்நாள்

முடிவிலும்,

உங்களது வாழ்வியல்

வழியிலே எங்களையும்

வழிநடத்திச் செல்ல

ஏக இறவனிடமும்

இறைஞ்சினீரே! எங்கள் மா நபி மாந்தரே!

ஒற்றுமை

ஒற்றுமையை தேடி

அழைந்தோர் யாவரும்

அழிந்ததாக சரித்திரம் இல்லை!

ஒற்றுமையின் பிடியில்

பல வேற்றுமைகளும்

அகப்பட்டுக்கொள்ளும் !

சப்தங்களிட்டு எழும் ஆழ்கடலுள் வாழும்

நீர்வாழ் உயிரினங்கள் கூட்டங்களின்

ஒற்றுமையை காண்க!

நீல முகிலோடும் (மேகம்) பறந்தாடும்

அழகிய வண்ண பறவையின்

கூட்டங்களை காண்க!

இரவு நேரத்தில் அழகிய விண்மீன் கூட்டம்,

காட்சிகள் தரும் வாண்ணுலகில்

ஒற்றுமையை காண்க!

ஐந்தறிவு ஜீவராசிகள்

எல்லாம் வேற்றுமையில்லா

ஒற்றுமையின் அழகிய வாழ்வியலை காண்க!

இறைவன் படைப்பில் மானிடர் வாழ்வியலுக்காக

அழகிய இயற்கைவளங்களை காண்க!

பிறகு மனிதரிடத்தில் மட்டும்

எத்தனை, எத்தனை,

பொறாமை, சினம்,தவறான புரிதல், இயலாமை,

நம்பிக்கையில்லா வாழ்வியல்!

இவைகலெல்லாம், வேற்றுமையில்லா

ஒற்றுமையின் பிடியிலே

சாத்தியம் என்ற சமத்துவம் காண்க!

சில மாந்தர் (மனிதர்) செய்யும்

தவறுகளையெல்லாம்

இன்னும் சில மாந்தரின் ஒற்றுமையின்

மதி செய்யும் நுண்ணறிவின் ஆயுதமே

நன்வழி காண்க!

வறுமையில் கொடியது முதுமையின் வறுமை

வறுமையில் கொடியது

முதுமையின் வறுமை

குழி விழுந்த ஒரு ஜான் வயிற்றுக்கு

அன்னம் பருகிட போராடும்

வறுமையின் கரங்கள்

அவர்களை

முதுமையில் துறத்திவிட்ட பிள்ளைகள்

தான் பசித்திருந்தாலும்

தன் பிள்ளை பசிபோக்க

தன் வாலிபத்தை வருமையோடு

கழித்தான் அன்று!

அவனது கண்களில் வறுமையும் தெரியவில்லை

அவனது பசியும் அறியவில்லை....!

தான் ஈன்றெடுத்த பிள்ளை மட்டுமே

அவன் கண்களுக்கு தெரிந்தன...!

ஓடி ஓடி உழைத்தான்......! ஓடாய் தேய்ந்தான்.......!

தான் ஈன்றெடுத்த பிள்ளையை

தன் நெஞ்சில் மிதித்தே உயரங்களில்

உயர்த்தி பார்த்து அழகும் பார்த்தான்.....!

இன்று அவனது பிள்ளைகள் உயரங்களிலே

உல்லாசமாக உள்ளான்....!

ஆனால் அவன் பிள்ளையை

உயரங்களில் உயர்த்தி அழகு பார்த்த கண்கள்

ஏழ்மையின் வறுமை பசியோடு வாடுகிறது

தெருக்களில்.....!

வேலை பார்த்து அவன் பசியாற்ற

அவனது

இளமையும் முதுமையில் பற்றிக்கொண்டது......!

குழி விழுந்த அவனது ஒரு ஜான் வயிற்றுக்கு

அன்னம் பருகிட....!

ஏதோ ஒரு கரங்கள் கரம் நீட்டிடாத என்று எங்கும்,

அவனது முதுமையின் வறுமை வயிறும்....!

அன்னைகளின் அவலநிலை

ஒவ்வொரு முப்பது

கொண்ட காலம்

ஒன்பது காலம்...

பசித்தாலும்

பசியிற்றி

உறங்கினாலும்

உறக்கமற்றி..

பல இருள்மறை நாட்கள்

தேகம் வலிகொண்டற்று...

வன்மையற்று

வலிமை பெற்று

பத்திரம் காத்து

ஈன்றெடுத்து

உருகை எல்லாம்

பெயர் சொல்லும்

பிள்ளையாய்

பெயர் சூடி விழா

வைத்து

படிப்பறிவு இல்லையின்றி

மூலையில் முடங்கிவிடாமல்

பகுத்தறிவோடு பக்குவமாய்

பாடங்கள் எடுத்துரைத்து

பல பட்டங்கலும் அடைந்து

நீ துணையோடு வாழ

பல நாள் என் உவகை

துளைத்து

அழகிய பாவை ஒருத்தியை

உனது உருதுணையாக்கி

மகிழ்ந்தேன்

காலம் கடந்து

கண்ணீர் மட்டுமே

எஞ்சியது

ஒருவாய் அன்னத்துக்கு

என் வயிறும் பாரமும்

ஆனது

மாத வருவாய்க்காக

ஈன்றெடுத்த

பிள்ளைகளுக்குள்

பல போட்டியும் ஆனது

இறுதியில் மன்னரை

மட்டுமே நிரந்தரம் ஆனது

இன்றைய பல

அன்னைகளின்

அவலநிலை

பகுத்தறிவு

கல்வியென்னும் ஆயுதமேந்தி

அறிவேணும் புத்தகம் சுமந்து

ஆசானென்னும் அன்னையின் சொல்லை

நெஞ்சில் பதித்து

காலத்தால் அழியாத கல்வெட்டேனும்

உனது சாதனையை தடம் பதித்து

நீதி எல்லாம் நிலையில் நில்லாது போனாலும்

நீதிக்காக உனது ஆயுத சொல்லை நிலை நிறுத்தி,

ஆயுள் கடந்திடு

புகழுக்காக உனது நீதிச் சொல்லை,

கடன் கொடுத்துவிட்டு

உனது மனம் நிலைகுலைந்து நின்றிடாதே

கடன் பட்ட மனிதனின் மனமும்

நீதி தொலைத்த மனிதனின் நிலையும் ஒன்றுதான்

நிலைகுலையாதே

நில்லாமல் செல்

மானிடர் யாவரும் ஒரே மன நிலை இல்லை

ஒவ்வொரு மனதையும் அறிய அலைந்து

உனது ஆயுளை தொலைக்காதே.

சிறந்த வாழ்வியல்

பரபரப்பாக ஓடுகிற மனித வாழ்க்கையில்

அர்த்தமுள்ளதாக ஆக்குவோம்

அதுவே நாம் வாழ்ந்ததிற்கான

சிறந்த வாழ்வியல் இன்ஷாஅல்லாஹ்

நாம் வாழ்வியலை அர்த்தமுள்ளதாக ஆக்குவோம்

இருளிலிருந்து வெளிச்சத்தின் பால்

மறைக்கப்பட்ட பல வரலாற்றை,

வெளிக்கொணர்ந்து உணர்த்துவதுதான்

நீ வாழ்ந்தத்திற்கான சிறந்த வாழ்வியல்

உலக வாழ்வியலில் அளிக்கப்பட்ட பல நீதிகளை

வெளிக்கொணர்ந்து உரையாடுவதுதான்

உனது மெய் சிறந்த வாழ்வியல்

தவறுகளை தட்டிக்கேட்டும்

மெய்மையை நிலைநிறுத்தியும்

வாதாடுவதுதான் உனது மெய் சிறந்த வாழ்வியல்.

நீதி எங்கே?

நீதி எங்கே ?......

நீதியை நிலைநிறுத்த

உண்மை சிந்தனையில்லாமல்

நீதியை தொலைத்து விடுகிறார்கள்...

சில மனிதர்கள்....

உண்மை சிந்தனையுள்ள மனிதனுக்கு...

எந்நேரமும் உண்மை நீதியை

சமநிலையில் கையாலுவார்கள்...

உண்மையை எடுத்துரைக்கவும்...

நீதியை நிலை நாட்டவும்...

பொறுமையென்னும்

பொக்கிஷத்தை மட்டுமே கையாலுவார்கள்...

இன்று பல உண்மைகள் புதைக்கப்பட்டு....

பொய்கள் மட்டுமே விரிவாக்கப்படுகிறது....

இந்த மனித தத்துவ வாழ்வியலில்......

மிருகங்களின் வாழ்வியலில் கூட....

ஒற்றுமையை மட்டுமே

நிறந்தரமாக்கி உலாவுகின்றது.....

பல மனிதனின் சிந்தனைக்கு மட்டும்

ஏன் எட்டவில்லை...

ஆறியாமையிலே இன்னமும்

மூழ்கி கிடக்கிறார்களா......

இல்லை.....

எல்லாம் அறிந்து மனிதம் என்ற

தன்னலத்தோடு வாழ்கிறார்களா.....

தடம் பழகு

சிறு தவறு செய்யும்போதே

அதை திருத்திவிடுங்கள்!

இல்லையேல்! அவர்கள்

பெரும் தவறு செய்வதற்கு

நீங்களே காரணமாகி விடுவீர்கள்!

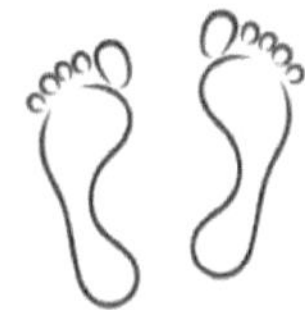

அநீதியை அழித்து

நீதிக்கு இடம் கொடுங்கள்!

உங்கள் மனம் மகிழ்ச்சியில்

திகழ்வதை அறியலாம்!

மண்ணில் வாழ்வது ஒருமுறை!

அந்த வாழ்வியலில்

மரணம் வருவதும் ஒரு முறை!

அதைப் பயனுள்ளதாக வாழ்ந்து விடுங்கள்!

மானிடராய் பிறந்த எல்லாருக்கும்

நம் மண்ணிலே மரணமும் எந்நேரமும் உண்டு !

அதில் எதுவும் சில காலம்தான்!

ஆனால்

நீங்கள் வாழ்ந்த வாழ்வியலுக்கான

பட்டத்திற்கு என்றுமே மரணம் இல்லை!

அதை உணர்ந்தவருக்கே

வெற்றியும் தடம் பழகும்....!

யாரையும் சும்மா விட கூடாது

யாரையும் சும்மா விட கூடாது
என்று பொன்தாராணியின் கடைசி குமுறல்!
மாதராய் பிறந்து அதில் மங்கையராய் வலம் வந்ததில்
என்ன தவறு செய்தோம்!

ஆறு மாதங்களின் ஒவ்வொரு நிமிடமும் மரணம்
என்னை தொட்டு விட்டு போனது பல முறை!
நான் அஞ்சவில்லை போராடினேன்,
அதிலும் முடியவில்லை எனது போராட்டம்!

இரவெல்லாம் தொடர்ந்தது கண்ணீராலும்,
பல நாட்டகள் துடைத்தெறிந்தே எழுந்தேன்!
புதிய நாளை உருவாகிடவும் முயன்றேன்!
என்னை தீண்டிய மிருகத்தின் முகம்!

எனது கனவிலும் பின் தொடர்ந்தது!

பிறகு என்ன செய்வேன் நான்!

மரணத்திடம் தோற்று விட்டேன்!

யாரையும் சும்மா விட கூடாது!

நீ யாரோ பெத்தெடுத்த

பிள்ளை அல்ல!

எங்கள் வயிற்றில்

பெத்தெடுக்காத பிள்ளை!

உனது உயிரை முடித்து,

யாரையும் சும்மா விட கூடாது!

என்ற சொல்லை தொடங்கி வைத்தாய் !

யாரையும்

இனி சும்மா விட மாட்டோம் மகளே !

நீ கண்ணுறங்கு !

நாளைய விடியல் 2022

பெண்களை கண்ணியமாக பார்க்கும்

ஆண்களுக்கு மத்தியில் காம பசிக்கு

பல பெண்களை பலி தீர்த்துக்கொள்ளும்

சில காயவர்களால்

இன்னும் எத்தனை காலம்தான்

பெண் விடியலுக்காக போராடுவது,

இதில் பெண்களே பெண்ணிற்கு கேடு

விளைவிப்பவர்களாகவும் இருக்கிறார்கள்.

பிறகு எப்படி பெண் விடியலுக்காக

நாளை மாற்றங்களை கோணர்வது,

இறைவன் பெண்களின் மனதை

இளகிய மனம் கொண்டவர்களாக படைத்தது தவறா,

பல கயவர்களிலின் சூழ்ச்சியில் சிக்கிக்கொண்டு

புரிதல் இல்லாமல் அவர்களின்

உயிரையே மாய்த்துக் கொள்கிறார்கள்,

மறுபக்கம் வலுக்கட்டாயமாக

பல பெண்களுக்கு பாலியல் வன்கொடுமை

சர்வ சாதாரணமாக நடந்துக்கொண்டு வருகிறது,

அதில் சீறார்களே அதிகம்,

பெண் வன்கொடுமைகள்

அதிகரித்துக் கொண்டே தான் உள்ளது

தவிர குறைந்தபாடில்லை,

இரண்டு வயது, மூன்று வயது, ஐந்து வயது என்று

வயது கணக்கில்லாமல் நம்முடைய பெண்களை

பலி கொடுத்துக்கொண்டுதான் உள்ளோம்,

சில காம கயவர்களால்

அவனது இச்சையை தீர்த்துக்கொண்டு

உல்லாசமாக வீதியிலே திரிகிறான்,

இல்லையென்றால்
போக்சோ சட்டத்தால் கைது செய்யது
சிறையில் அடைக்கப்பட்டு அங்கும்
அவன் மூன்று வேளை உணவு உண்டும் உறங்கியும்
நிம்மதியான வாழ்வைதான் வாழ்கிறான்
அவன் ஆயுள் முழுவதும்,

பாதிக்கப்பட்ட பெண்ணின் நிலை?
அவளின் குடும்பத்தாரின் நிலை?

அவனுக்கு கிடைத்த தண்டனையால்,
பறி போன பல உயிர்கள் மீண்டும்
உலகிலே முளைத்து விடுமோ?
அதுவும் இல்லை,

இன்னும் பல பெண்கள்

இது போன்ற சம்பவங்களில் சிக்கிக்கொண்டு

அவர்களது கண்ணீரில்

நீந்திக்கொண்டும் வாழ்கிறார்கள், கரை சேராமல்,

இது போன்ற கயவர்களை

வெளியில் சொல்லமுடியாமலும்,

ஏனென்றால்

நடுத்தர குடும்பத்தை சேர்ந்தவர்களாகவும்,

அவர்களுடைய தாய் தந்தைக்கு

அவமானம் ஏற்ப்பட்டுவிடும் என்ற பயத்தாலும்

பல பெண்கள் மவுனங்களாக்கப்பட்டே

வாழ்கிறார்கள்,

இனிமேலும் நமது தாய் நாட்டிலும்

ஒரு பெண்ணும் கூட அவர்களது கற்பை இழந்தும்,

பாலியல் வன்கொடுமையால் உயிரை இழந்தும்,

அந்த அந்த பெண்களின் குடும்பங்கள்

அவர்களது வாழ்நாள் முழுவதும் தனது

பெண் பிள்ளைகளை இழந்தும்

ஆயுள் தண்டனை அனுபவிக்க கூடாது ,

ஊரான் வீட்டு பிள்ளை என

ஊமையாக இருக்கவும் முடியவில்லை,

பறிபோனது எல்லாம் ஒவ்வொரு உயிர்,

இது போன்ற சம்பவங்கள் எல்லாம்

அடியோடு அழிய வேண்டும் என்றால்,

குற்றவாளிகளுக்கு உடனடி

மரண தண்டனை வழங்கும் சட்டத்தை

நம்முடைய தாய் நாட்டிலும்

உடனடியாக கொண்டு வந்தால் மட்டுமே,

பெண்களுக்கு நடக்கும் வன்கொடுமைகள்

அடியோடு அழிந்து போகும்,

இனி வருங்காலத்திலும்

பெண்ணினத்தை காக்கவும் முடியும்,

இன்னும் பல பெற்றோர்கள் தனது

பெண் பிள்ளைகளை தைரியமாக

கல்வி கற்கவும் அனுப்புவார்கள்.

பல மாற்றங்களுக்காக.

உலகை திறக்கும் சாவி

உனது மதிக்கு மட்டுமே

உலகை திறக்கும் சாவியாக

மகிமை கொண்டது!

ஆம் நிதர்சனமான உண்மை,

சில மனிதன் தான் செய்யும்

காரியம்தான் சிறந்தது என்று

தன் மனம் போகும் போக்கிலே

தவறான காரியங்களில் செயல் பட்டு

கொண்டிருக்கிறார்கள்,

அவனது மதியை மட்டும்

பூட்டிய படி,

அந்த மனிதன், தான் செய்வது

தவறு என்று சிந்திப்பதற்கு கூட

அவனது மதியை திறப்பது இல்லை,

பூட்டப்பட்டு விடுகிறான்!

அதை திறக்கும் சாவியும்

அவனது மதி தான் என்று அறியாமல்!

ஆம், தான் செய்வது தவறு என்று

எப்பொழுது சிந்திக்க ஆரம்பிக்கிறானோ

அப்பொழுதே அவனது மதி சிறந்த

சிந்தனைக்குரிய மதியாக மாறிவிடுகிறது,

நமது மதிதான் உலகை திறக்கும் சாவியும் கூட,

உண்மையானதையும், சிறந்தவற்றையும்,

சிறந்த முறையில் சிந்தித்து செயல்படுவோம்,

அவ்வாறே தீங்கு இல்லா

உலகையும் திறந்து விடலாம்!

தன்னிலை மறந்து

அடுத்தவரை

மிதித்து

நீ உயரம் தொடாதே !

அது என்றுமே

நிலையானது அல்ல !

தாழ்ந்தவர்களும் உயர்ந்தவர்களும்

என்றும் பிறப்பிலேயே முத்திரை இடப்படவில்லை!

மதங்களால் மட்டுமே

பிரிக்கப்பட்ட பூமி,

மனிதத்தத்துவால் அல்ல !

என்றுமே நிலையானது

இல்லை இந்த பூமி!

பேராசையின் போர்வையில்

போர்த்திய பல ஆன்மாக்கள்

இருக்கும் வரையிலும்

பல கலக்கங்களும்

என்றுமே தீரா தொடரும்!

தன் மனம் புரிந்த ஆன்மா

என்றுமே ஞானத்தால் திகழ்ந்து

வாகை (வெற்றி) சூடிய மகானாகும் !

குடைக்குள் மழை

கடந்தகாலம் நினைவில்

வந்தது......

விடாது சிந்திய கண்ணீர்

துளி.....மேகம்......

இந்த பிரபஞ்சம் அனைத்தும்

நனைந்தபடி......

மழை தூறல் சிந்தியது.......

மேகம் மட்டும் நனையாமல்..

மாயம் செய்தது.......

மனிதர்கள் செய்த பாவத்தை

பார்க்க முடியாமல்.....

பொறுமை இழந்த இயற்கை.....

மாரியாய் பொழிந்தது.......

வறண்டு கிடந்த பூமிக்கு......

இளம் செடி, கொடிகளுக்கெல்லாம்

விருந்தாக பரிசலித்த மேகம்.....

பஞ்சம் என்ற கொடிய கனி.....

என்றுமே முலைத்துவிடாமல்.....

விண்ணில் தொடர்ந்து

மண்ணில் சங்கமித்தது.......

குடைக்குள் மழையாய்........

என்றுமே

மக்களின் மனதில்

தீராத வேதனை தந்தது 2021.....

உன்னுள் தேடு

உன்னுள் வலிமையை

தேடு......

மெய்மையை

தேடு.....

பொறுமையை!

தேடு.......

பல இலக்குகளை!

உன்னுள் தேடு......

நிம்மதியை

தேடு......

வீழ்ந்தாலும்!

தாளாத மனதை

தேடு.......

தன்னம்பிக்கை

என்னும்

தனி ஒருவன்

உனது துணை

யார் என்று

தேடு......

இருக்கும் வரையிலும்!

தொடர்ந்தே தேடு......

நீ யார் என்று.....

முழுதாய் தேடு.....

உன்னுள்

தேடு....

முயலாமை

என்றும்

உன்னுள்

தொலைத்து விட்டு

தேடு.......

பல வெற்றிக்கணிகளையும்

அடைவாய்....

தேடிவிடு......

விரைந்தோடு.....

நிமிடங்கள்

வீண் செய்யாது....

கரைந்தோடு......

காற்றின் வேகம்

கொண்டு.....

வென்றிடு ....

காலத்தையும் தாண்டி....

சாதனையும் படைத்திடு....

வாசிப்பு

புத்தகத்தை நேசிக்க தெரிந்தவர்கள்

மட்டுமே வாசிக்க தொடர்வார்கள்

வாசிப்பில் பல

அனுபவங்கள் கொட்டிக்கிடக்கிறது

வெற்றிக்கான வழியும் அங்கே உண்டு

காகிதங்கள் புரட்டையில்

எழுத்துக்களாக சங்கமித்து கிடக்கிறது

நட்சத்திரங்களாக

ஆங்கங்கே ஒளி வீசுகிறது

பலரது செம்மை வாழ்க்கை

விட்டுப்போன பள்ளிக்கூட கல்வியையும்

தமதாகா முன்வந்து
கற்றுத்தருகிறது வாசிப்பில்
பல கவிஞர்கள்
வாழ்வியலிலும்

வகுப்பறையில் கற்க அன்று
கடின மனம்கொண்ட பேதை

வாசிப்பு பாடம் கற்று இன்று
மேதையாய் உயர்ச்சி சிம்மாளம்

சிந்தித்தால் சிரிப்பு மட்டுமே
மத்தாப்பாக வெடிக்கிறது
வேடிக்கையென

கவிஞயின் அறை

நாலு சுவற்றுக்குள்

சிம்மசானமிட்ட நாற்காலி

மயான அமைதியில்

கண்ணிமை ஒருத்தி

காகித தாள்களும்

படபடக்க

காற்று இல்லா அறைக்குள்

மின்விசிறியும் சிறைபிடிக்க...

சிலந்திவலையிலும்

பாவையின்

சிந்தனையும் சிக்கிக்கொண்டு

ஊடுருவ.....

தனிச்சியாய் மட்டும் சிலந்தியும்

வலை வீச தொடங்கின

எதற்காக என்று அறியாத இவள்..

பிறகுதான் அவள் சிந்தனைக்கும் எட்டியது

அந்த சிலந்திவலை

தனக்கான

இரை வேட்டையின் வலை என்று....

இதில் மனிதர்களின் பங்கு

தனக்கான இரையை தாமே

முயன்று அடைவதுதான்,

தன்னிச்சையாக இருந்தும்

தனது இரையையும்,

தனது கனவையும் உழைத்து

நேர்மையான வழியில் அடைந்த

ஒருவனின் வெற்றியும் காலத்தால்

அழியாமல் பேசப்படும் ஒன்று......

பாரதி கண்ட புதுமைப் பெண்

முயலாமை என்னும்

முயலாத மனம் கொண்டோரை

தீயில் பொசித்திடல் வேண்டும் பெண்ணே....!

உன்னால் முயலாது என்று வசைபாடியவர்

முன்னிலையில் புழுவென

நெளிந்தததது போதும் பெண்ணே.....!

உனது அஞ்சாமை அகற்றி

நேர்மை கொண்ட நெஞ்சம்படைத்து....!

வசைபாடியவர் முன்னே

உயர்ந்து நின்றிடு பெண்ணே....!

வலியெனும் கொடிய மிருகம்

உனது மேனியை தீண்டிட...!

இவ்-வையகத்தில் வேறெதும்

இல்லையடி பெண்ணே....!

வளைந்து .... நெளிந்து.... புழுவன...

துவண்டது போதும் பெண்ணே...!

நமது சத்திய மார்க்கம் சொல்லித்தந்த மெய்மை

வரலாற்றுப் பாடம் உள்ளது

அதை மறந்து திரியாதடி பெண்ணே...!

வலியதை விட பெரிது

உனது வலிமை உள்ளது என்று

அறிந்திடு பெண்ணே...!

ஊனம்தான் எங்கள் ஊக்கம்

உறுப்புகளை இழந்தோம்

பிறப்பிலே...

தன்னம்பிக்கையே இல்லை...

ஊனம்தான் எங்கள்

ஊக்கம் என்றோம்.....

இந்த மண்ணிலே...

எங்கள் வாழ்வையும்

இனிதாய் வாழ்ந்தோம்....

செவிகள் கேளாது

நாங்கள் செவிடுகளும்

அல்ல...

எங்களது தோற்றம் உள்ளது...

அரிதாய் அறிவை

அறிந்தெடுக்க.....

வாய் மொழிகளே இல்லா

மௌனம் காத்தோம்...

நாங்கள் ஊமையும் அல்ல...

அரிதாய் தவமே இல்லா

புத்தனும் ஆனோம்.....

ஆனால் நாங்கள் புத்தனும் இல்லை.....

ஈர் விழிகள் உண்டு....

ஆனால் பார்வையும் இல்லை...

ஆதலால் நாங்கள் குருடர்களும் அல்ல.....

இருளிலும் ஒளி வீச தெரிந்தவர்கள் நாங்கள்

பிறப்பிலே.....

பிறப்பிலே ஊனமும் ஆனோம்.....

உடலால் மட்டுமே....

உள்ளத்தால் அல்ல....

ஊனமே எங்கள் ஊக்கம்

என்போம் எக்கணமுமே...

எதுவும் அழகே

எளிமையோடு கொஞ்சம்

எழில்.....

வலிமையோடு அழகாகும்

வாழ்வு.....

மேக மூட்டத்தோடே

வண்ண மயிலின் நடனம்....

அந்த கொஞ்சும் முகிளோடே அழகு.....

ஆல்பரபில்லா

பாலைவனம் .....

அலைவரிசையாய்

நீங்காத ஒட்டகத்தின்

சுமை.....

தூளியில் உறங்கி

விழித்த விழிகள்.....

அம்மாவை

அணைக்க சொல்லி

கொஞ்சி பேசும் மழலையின்

முழுக்கம் அழகு.....

அவை அள்ளி அணைக்க

துடிக்கும் அம்மாவின் துடிப்போ

அழகோ பேரழகு.....

உயிர் இல்லா ஓவியம்......

உயிர் மூச்சாய் ஓவியன்.....

வண்ண சித்திரம் பேசும் அழகு....

ஒற்றை கூரை வீட்டின்.....

ஒய்யார புகைமூட்டம்......

ஊதுகுழல் ஊதும் கன்னிப்பெண்ணும் அழகு....

என்றும் நீங்காத ஏழை பெண்ணின் சிதைந்த

தாவணி.....

அதில் என்றுமே நீங்காத

புன்னகை முகம் ஏழ்மையின் பேரழகு....

அன்னைப்பட்டினத்து பெண்ணாய் எமது அன்னையின் கருவிலே எமது அன்னையின் தாலாட்டு பாடலோடு எமது கவி சிந்தை துளி விதையை விதைத்து, அனைத்து புகழும், அகிலங்கள் எல்லாவற்றையும் படைத்து பரிபக்குவப்படுத்தும் எல்லா புகழும் இறைவனுக்கே, நான் என்னுடைய படைப்பை வெறும் எழுதுகோலிட்ட எழுத்தின் படைப்பாக பார்க்கும் போது, அதில் எத்தனை தடுமாற்றங்கள் இருந்தபோதும், என் தோள் தட்டிக்கொடுத்து ஊக்குவித்து சுட்டிக்காட்டி, இன்று நான் தடம் பதிய காரணமாக இருந்த எனது தாய் : ஜரினா பேகம் தந்தை: மஸ்தான்கனி அவர்களுக்கு மகளாக பிறந்ததில் நான் பெருமிதம் கொள்கிறேன், ஒரு பெண்ணாய் தனித்தடம் பதித்து சாதிப்பதற்கு பல தடைகளை தாண்ட வேண்டி இருக்கும், அதுவும் மனம் முடித்த பெண் என்றால் சாதிப்பதற்கு சாத்தியமில்லை, அப்படியும் அந்த பெண் பல தடைகளை தாண்டி சாதித்தால் என்றால், அதற்கு பின்னால் அவளுடைய கணவர் மட்டுமே இருக்க முடியும் , அப்படித்தான் என்னுடைய எழுத்துறையில் நான் சாதிப்பதற்கு என்னுடைய கணவர் மட்டுமே காரணம் , பிறகு என்னை இன்னும் எழுத ஊக்குவிக்கும் என்னுடைய உறவினர்கள், என்னுடைய ஊர் மக்கள் அவர்களே காரணம், அன்னையை கண்ணியமாக பார்க்கும் எமது அன்னைப்பட்டினத்து ஊர் மக்கள் அனைவரும் பல தளங்களில் என்னை பெருமையாக பேசி புகழ்ந்த

அனைத்து நெஞ்சங்களுக்கும் என்னுடைய நெஞ்சார்ந்த மிகப்பெரிய நன்றியை உரிதாகுகிறேன், இன்னும் சிந்திக்க வைப்பதற்கும், பல மாற்றங்களை கோணர்வதற்கும், பல புத்தகங்களை எழுதுவதற்கு என்னுடைய முழு முயற்சியையும் முயன்று வருகிறேன், எமது இறைவன் அருளால்,

என்றும்

உங்கள் அன்புடன்

எழுத்தாளர் : சபீனா பகுருதீன்.